AF194789

Impressum
Verlag: BABADADA GmbH, Nedderfeld 112 , 22529 Hamburg
Geschäftsführer / Verlagsleitung: Harald Hof
Druck: Books on Demand GmbH, In de Tarpen 42, 22848 Norderstedt

Imprint
Publisher: BABADADA GmbH, Nedderfeld 112 , 22529 Hamburg, Germany
Managing Director / Publishing direction: Harald Hof
Print: Books on Demand GmbH, In de Tarpen 42, 22848 Norderstedt, Germany

učiona
phòng học

deliti
chia

186/2

ploča
bảng viết

školsko dvorište
sân trường

nastavnik
giáo viên

papir
giấy

pisati
viết

hemijska olovka
cây bút

pisaći stol
bàn làm việc

lenjir
cây thước

knjiga
sách

učenik
học sinh

torba

cặp đeo vai học sinh

pernica

hộp đựng bút

grafitna olovka

bút chì

šiljilo za olovke

cái gọt bút chì

gumica za brisanje

cục tẩy

blok za crtanje

tập giấy vẽ

crtež

bản vẽ

kist

cọ vẽ

kutija sa bojama

hộp mực vẽ

makaze

cây kéo

lepilo

keo dán

beležnica

sách bài tập

domaći zadatak

bài tập ở nhà

broj

số

sabirati

cộng

oduzimati

trừ

množiti

nhân

računati

tính toán

slovo

chữ cái

abeceda

bảng chữ cái

reč

từ

tekst

văn bản

čitati

đọc

kreda

phấn viết

čas

bài học

dnevnik

sổ lớp

ispit

thi kiểm tra

svedočanstvo

chứng chỉ

školska uniforma

đồng phục học sinh

obrazovanje

giáo dục

leksikon

từ điển bách khoa

univerzitet

đại học

mikroskop

kính hiển vi

karta

bản đồ

košara za papir

thùng rác giấy

hotel
khách sạn

Grand

prenoćište
nhà trọ

ROOMS

menjačnica
quầy đổi tiền

EXCHANGE

kofer
va li

auto
xe ô tô

jezik

ngôn ngữ

da / ne

có / không

okej

ô kê

zdravo

Xin chào

prevodilac

thông dịch viên

hvala

cám ơn

Koliko košta...?

... bao nhiêu tiều?

ne razumem

tôi không hiểu

problem

vấn đề

dobro veče!

Xin chào! (buổi tối)

Dobro jutro!

xin chào! (buổi sáng)

Laku noć!

chúc ngủ ngon!

doviđenja

tạm biệt

smer

hướng đi

prtljaga

hành lý

torba

túi xách

ruksak

túi ba lô

gost

khách

soba

phòng

vreća za spavanje

túi ngủ

šator

lều

turističke informacije

thông tin du lịch

plaža

bãi biển

kreditna kartica

thẻ tín dụng

doručak

ăn sáng

ručak

ăn trưa

večera

ăn tối

karta za vožnju

vé xe

lift

thang máy

poštanska markica

tem bưu điện

granica

biên giới

carina

hải quan

ambasada

đại sứ quán

viza

thị thực

pasoš

hộ chiếu

avion
máy bay

brod
tàu thủy

vatrogasno vozilo
xe cứu hỏa

autobus
xe buýt

teretno vozilo
xe tải

motorni čamac
xuồng máy

bicikl
xe đạp

auto
xe ô tô

trajekt

phà

čamac

xuồng

motocikl

xe máy

policijski auto

xe cảnh sát

trkaći auto

xe đua

iznajmljeno auto

xe cho thuê

delenje automobila

dịch vụ thuê xe tự lái

vučno vozilo

xe kéo cứu hộ

vozilo za odvoz smeća

xe rác

motor

động cơ

benzin

xăng

benzinska stanica

trạm xăng

saobraćajni znak

biển báo giao thông

saobraćaj

giao thông

zastoj

ách tắc giao thông

parkiralište

bãi đậu xe

železnička stanica

nhà ga

šine

đường ray

voz

xe lửa

tramvaj

tàu điện

vagon

toa xe

helikopter

máy bay trực thăng

aerodrom

sân bay

kula

tháp

putnik

hành khách

kontejner

côngtenơ

karton

thùng các-tông

kolica

xe đẩy

korpa

cái giỏ

uzleteti / sleteti

cất cánh / hạ cánh

grad
thành phố

selo

làng

centar grada

trung tâm thành phố

kuća

nhà

kino
rạp chiếu phim

reklama
quảng cáo

ulična svetiljka
đèn đường

CINEMA

ulica
đường phố

taksi
taxi

kiosk
quán ăn nhẹ

pešak
người đi bộ

trotoar
vỉa hè

raskrsnica
ngã tư giao th

pešački prelaz
phần đường có vạch cho người đi bộ

kontejner za otpad
thùng rác lớn

semafor
đèn hiệu giao thông

koliba

nhà chòi

stan

căn hộ

železnička stanica

nhà ga

većnica

tòa thị chính

muzej

viện bảo tàng

škola

trường học

univerzitet

đại học

banka

ngân hàng

bolnica

bệnh viện

hotel

khách sạn

apoteka

hiệu thuốc

kancelarija

văn phòng

knjižara

hiệu sách

prodavnica

cửa hiệu

cvećara

cửa hiệu bán hoa

supermarket

siêu thị

trg

chợ

robna kuća

cửa hàng bách hóa

ribarnica

người bán cá

trgovački centar

trung tâm mua bán

luka

bến cảng

grad - thành phố

park

công viên

klupa

ghế băng

most

cầu

stepenice

cầu thang

podzemna železnica

tàu điện ngầm

tunel

đường hầm

autobuska stanica

trạm xe buýt

bar

quán bar

restoran

khách sạn

poštansko sanduče

hòm thư công cộng

ulični znak

bảng hiệu đường

parkirni automat

đồng hồ đậu xe

zoološki vrt

vườn bách thú

bazen

bể bơi

džamija

nhà thờ Hồi giáo

seosko gazdinstvo

nông trại

zagađenje okoline

ô nhiễm môi trường

groblje

nghĩa trang

crkva

nhà thờ

igralište

sân chơi

hram

ngôi đền

pejsaž
phong cảnh

list
lá cây

putokaz
bảng chỉ đường

put
lối đi

livada
bãi cỏ

kamen
hòn đá

šetač
người đi bộ đường dài

drvo
cây

reka
sông

trava
cỏ

cvijet
bông hoa

dolina

thung lũng

planina

đồi

jezero

hồ nước

šuma

rừng

pustinja

sa mạc

vulkan

núi lửa

dvorac

lâu đài

duga

cầu vồng

gljiva

nấm

palma

cây cọ

moskito

con muỗi

muva

con ruồi

mrav

con kiến

pčela

con ong

pauk

con nhện

buba

bọ cánh cứng

žaba

con ếch

veverica

con sóc

jež

con nhím

zec

con thỏ

sova

con cú

ptica

con chim

labud

thiên nga

divlja svinja

heo rừng

jelen

con hươu

los

nai sừng tấm

nasip

đê

vetrenjača

tuabin gió

solarna ploča

tấm năng lượng mặt trời

klima

khí hậu

konobar
bồi bàn

jelovnik
thực đơn

stolica
ghế

supa
súp

pica
bánh pizza

pribor za jelo
bộ dao nĩa ăn

stolnjak
khăn trải bàn

predjelo
món ăn khai vị

glavno jelo
món ăn chính

desert
món tráng miệng

napitci
thức uống

jelo
thức ăn

flaša
cái chai

brza hrana

thức ăn nhanh

imbis hrana

thức ăn đường phố

čajnik

ấm trà

doza za šećer

hộp đường

porcija

khẩu phần

aparat za espresso

máy pha espresso

visoka stolica

ghế cao

račun

hóa đơn

poslužavnik

khay

nož

dao

viljuška

nĩa

kašika

thìa

čajna kašika

thìa uống trà

salveta

khăn ăn

čaša

cốc thủy tinh

tanjir

đĩa

tanjir za supu

đĩa súp

tanjirić

đĩa lót cốc

sos

nước sốt

soljenka

lọ muối

mlin za biber

cái xay tiêu

sirće

giấm

ulje

dầu

začini

gia vị

kečap

nước xốt cà chua

senf

tương hạt cải

majoneza

nước sốt mayonnaise

ponuda
chào giá đặc biệt

kupac
khách hàng

mlečni proizvodi
sản phẩm từ sữa

voće
trái cây

kolica za kupovinu
xe đẩy mua sắm

FOR

mesnica

lò mổ

pekara

cửa hiệu bán bánh mì

vagati

cân nặng

povrće

rau quả

meso

thịt

smrznuta hrana

thức ăn đông lạnh

narezak
lát thịt nguội

konzerve
đồ hộp

sredstvo za pranje
bột giặt

slatkiši
đồ ngọt

artikli za domaćinstvo
sản phẩm dùng trong gia đình

sredstva za čišćenje
chất tẩy rửa

prodavačica
người bán hàng

blagajna
quầy trả tiền

blagajnik
nhân viên thu ngân

lista za kupovinu
danh sách mua sắm

vreme rada
giờ mở cửa

novčanik
ví tiền

kreditna kartica
thẻ tín dụng

torba
túi đeo

plastična kesa
túi ny lông

voda

nước

sok

nước quả ép

mleko

sữa

kola

coca-cola

vino

rượu vang

pivo

bia

alkohol

cồn

kakao

cacao

čaj

trà

kava

cà phê

espresso

espresso

cappuccino

cappuccino

banana

chuối

jabuka

quả táo

narandža

quả cam

lubenica

dưa hấu

limun

chanh

šargarepa

cà rốt

beli luk

tỏi

bambus

tre

luk

củ hành

gljiva

nấm

orašasti plodovi

hạt dẻ

rezanci

mì

špagete

mì spaghetti

riža

cơm

salata

xà lách

pomfrit

khoai tây chiên

pečeni krumpir

khoai tây chiên

pica

bánh pizza

hamburger

bánh hamburger

sendvič

bánh mì sandwich

šnicla

thịt côtlet

šunka

thịt giăm bông

salama

xúc xích

kobasica

dồi

kokoš

gà

pečenje

rán

riba

cá

zobene pahuljice

cháo yến mạch

musli

cháo muesli

kukuruzne pahuljice

bánh bột ngô nướng

brašno

bột mì

kroasan

bánh sừng bò

pecivo

bánh mì

hleb

bánh mì

toast

bánh mì nướng

keksi

bánh bích quy

maslac

bơ

sveži sir

sữa đông

kolač

bánh ngọt

jaje

trứng

jaje na oko

trứng rán

sir

pho mát

sladoled

kem

šećer

đường

med

mật ong

marmelada

mứt

nugat krema

kem nougat

kari

cà ri

seoska kuća
nhà nông trại

ambar
nhà vựa

bale sena
kiện rơm

polje
cánh đồng

konj
con ngựa

prikolica
xe moóc

ždrebe
ngựa con

traktor
máy kéo

magarac
con lừa

ovca
con cừu

lane
cừu con

koza
con dê

krava
con bò

tele
con bê

svinja
con lợn

prase
lợn con

bik
bò đực

guska

con ngỗng

patka

con vịt

pilići

gà con

kokoš

gà mái

petao

gà trống

pacov

con chuột

mačka

mèo

miš

chuột nhắt

vol

bò đực

pas

con chó

kućica za psa

nhà chuồng chó

vrtno crevo

ống tưới vườn cây

kanta za polivanje

thùng tưới cây

kosa

lưỡi hái

plug

cái cày

srp

cái liềm

motika

cái cuốc

viljuška za đubrivo

cái chĩa

sekira

cái rìu

tačke

xe cút kít

korito

máng ăn

posuda za mleko

lọ sữa

vreća

bao tải

ograda

hàng rào

štala

chuồng

staklenik

nhà kính trồng cây

zemlja

đất trồng

seme

hạt giống

đubrivo

phân bón

kombajn

máy gặt đập liên hợp

žeti

thu hoạch

žetva

mùa thu hoạch

jams začin

khoai lang

pšenica

lúa mì

soja

đậu nành

krumpir

khoai tây

kukuruz

ngô

uljana repica

hạt cải dầu

voćka

cây ăn trái

gomolj manioke

sắn

žitarice

ngũ cốc

dimnjak
ống khói

krov
mái nhà

žleb
ống máng mước mưa

prozor
cửa sổ

garaža
ga ra

zvono
chuông cửa

vrata
cửa

korpa za otpad
thùng rác

poštansko sanduče
hòm thư

vrt
vườn

dnevna soba

phòng khách

kupaonica

phòng tắm

kuhinja

bếp

spavaća soba

phòng ngủ

dečija soba

phòng trẻ em

trpezarija

phòng ăn

pod

nền nhà

zid

tường

strop

trần nhà

podrum

tầng hầm

sauna

tắm hơi

balkon

ban công

terasa

sân hiên

bazen

bể bơi

kosilica za travu

máy cắt cỏ

posteljina za krevet

khăn trải giường

deka za krevet

khăn trải giường

krevet

giường

metla

chổi

kanta

cái xô

prekidač

công tắc điện

tapeta
giấy dán tường

slika
hình ảnh

svetiljka
đèn

regal
cái kệ

ormar
tủ

kamin
lò sưởi

televizija
ti vi

cvijet
bông hoa

jastuk
gối

kauč
ghế sofa

vaza
bình hoa

daljinski upravljač
điều khiển từ xa

tepih

thảm

zavesa

rèm

sto

cái bàn

stolica

ghế

stolica za njihanje

ghế bập bênh

fotelja

ghế bành

knjiga

sách

deka

cái chăn

dekoracija

đồ trang trí

drvo za ogrev

củi

film

phim

hi-fi uređaj

máy hi-fi

ključ

chìa khóa

novine

báo

slika na platnu

bức tranh

poster

áp phích

radio

radio

blok za pisanje

sổ ghi chép

usisivač

máy hút bụi

kaktus

cây xương rồng

sveća

cây nến

frižider
tủ lạnh

mikrotalasna rerna
lò viba

kuhinjska vaga
cái cân trong bếp

toaster
máy nướng bánh

sredstvo za čišćenje
chất tẩy rửa

rerna
lò nướng

pretinac za zamrzavanje
ngăn tủ đông lạnh

korpa za otpad
thùng rác

mašina za pranje suđa
máy rửa bát

šporet

lò nấu

lonac

nồi

gvozdeni lonac

nồi sắt

wok / kadai

chảo

tava

chảo

kuvalo za vodu

ấm đun nước

kuvalo na paru

nồi đun hơi

lim za pečenje

khay lò nướng

posuđe

bát đĩa

čaša

cốc

posuda

cái bát

štapići za jelo

đũa

kutlača

cái vá

lopatica

bàn xẻng

penjača

que đánh kem

sito za kuvanje

rây dùng trong bếp

sito

cái rây lọc

ribež

cái nạo

mužar

vữa

roštilj

vỉ nướng

ognjište

ngọn lửa trần

daska

cái thớt

oklagija

trục cán bột

vadičep

cái mở nút chai

konzerva

vỏ đồ hộp

otvarač konzervi

cái mở vỏ đồ hộp

krpa za lonac

miếng nhấc nồi

sudoper

bồn rửa bát

četka

bàn chải

sunđer

miếng xốp

mikser

máy xay

zamrzivač

tủ đông lạnh

flašica za bebe

bình sữa cho trẻ sơ sinh

slavina za vodu

vòi nước

grejanje
lò sưởi

tuš
vòi hoa sen

peškir
khăn lau

zavesa za tuš
rèm che ngăn tắm

penušava kupka
tắm bọt

kada
bồn tắm

čaša
cốc thủy tinh

mašina za pranje veša
máy giặt

slavina za vodu
vòi nước

pločice
gạch lát

tuta
cái bô

sudoper
bồn rửa bát

toalet

bồn cầu

čučavac

bồn cầu ngồi xổm

bidet

bồn rửa hậu môn

pisoar

bồn tiểu tiện

toaletni papir

giấy vệ sinh

četka za toalet

bàn chải cọ bồn cầu

četkica za zube

bàn chải đánh răng

pasta za zube

kem đánh răng

konac za zube

chỉ nha khoa

prati

rửa

tuš ručica

vòi sen cầm tay

tuš za pranje intimnih delova

vòi rửa hậu môn

lavor

bồn rửa

četka za pranje leđa

bàn chải cọ lưng

sapun

xà phòng

gel za tuširanje

sữa tắm

šampon

dầu gội

krpa za pranje

khăn cọ để tắm

odvod

lỗ thoát nước

krema

kem

dezodorans

chất khử mùi

ogledalo

gương

kozmetičko ogledalo

gương tay

brijač

dao cạo râu

pena za brijanje

kem cạo râu

losion za posle brijanja

nước thơm dùng sau khi
cạo râu

češalj

cái lược

četka

bàn chải

fen za kosu

máy xấy tóc

sprej za kosu

keo xịt tóc

makeup

đồ trang điểm

ruž za usne

thỏi son môi

lak za nokte

sơn bôi móng

vata

bông

makaze za nokte

kéo cắt móng

parfem

nước hoa

kozmetička torbica

túi đựng đồ tắm

stolica

ghế đẩu

vaga

cái cân

ogrtač

áo choàng tắm

rukavice za čišćenje

găng tay làm vệ sinh

tampon

nút gạc

uložak

băng vệ sinh

hemijski toalet

nhà vệ sinh hóa chất

budilnik
đồng hồ báo thức

plišana igračka
thú bông

auto igračka
xe đồ chơi

zvečka
cái lúc lắc

kućica za lutke
nhà búp bê

poklon
món quà

balon

bong bóng

krevet

giường

djećija kolica

xe nôi

igra s kartama

trò chơi bài

slagalica

trò chơi ghép hình

strip

truyện tranh

lego kockice

gạch Lego

kockice za slaganje

khối xếp hình

akcioni junak

nhân vật hành động

benkica za bebe

áo liền quần cho trẻ sơ sinh

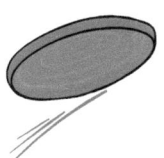

frizbi

đĩa nhựa để ném

viseće igračke

đồ chơi treo trên giường

društvene igre

trò chơi cờ bàn

kocka

xúc xắc

minijaturna željeznica

đồ chơi xe lửa mô hình

duda

ti giả

zabava

buổi tiệc

slikovnica

sách tranh

lopta

quả bóng

lutka

búp bê

igrati

chơi

pješčanik

hố cát

ljuljačka

cái đu

igračka

đồ chơi

konzola za igre

máy chơi game cầm tay

tricikl

xe ba bánh

tedi

gấu bông

ormar

tủ quần áo

odeća
y phục

kratke čarape

bít tất

čarape

bít tất dài

hulahopke

quần tất

šal
khăn choàng cổ

kišobran
ô che mưa

majica
áp phông

kaiš
dây thắt lưng

čizme
ủng

papuče
dép đi trong nhà

patike
giày sneaker

sandale

dép xăng đan

cipele

giày

gumene čizme

ủng cao su

gaćice

quần lót

grudnjak

áo ngực

potkošulja

áo vest

bodi

áo ôm sát cơ thể

pantalone

quần dài

farmerke

quần bò

suknja

váy

bluza

áo cánh

košulja

áo sơ mi

džemper

áo len chui đầu

džemper s kapuljačom

áo len

sako

áo blazer

jakna

áo jacket

kaput

áo khoác

kabanica

áo mưa

kostim

trang phục

haljina

áo váy

venčanica

áo cưới

odelo

bộ com lê

spavaćica

áo ngủ

pidžama

pijama

sari

trang phục sari

marama za glavu

khăn trùm đầu

turban

khăn đội đầu

burka

áo burka

kaftan

áo captan

abaja

áo aba

kupaći kostim

quần áo bơi

kupaće gaćice

quần bơi

kratke pantalone

quần đùi

odeća za trening

quần áo tracksuit

kecelja

tạp dề

rukavice

găng tay

dugme

cái cúc

naočare

kính mắt

narukvica

vòng đeo tay

ogrlica

vòng cổ

prsten

nhẫn

naušnica

hoa tai

kapa

mũ lưỡi trai

vešalica

cái mắc treo áo quần

šešir

mũ

kravata

cà vạt

patent zatvarač

dây kéo phéc mơ tuya

kaciga

mũ bảo hiểm

naramenice

dây đeo quần

školska uniforma

đồng phục học sinh

uniforma

đồng phục

podbradak

yếm trẻ em

duda

ti giả

pelena

tã lót

server
máy chủ

ormar za spise
tủ hồ sơ

štampač
máy in

papir
giấy

monitor
màn hình

pisaći stol
bàn làm việc

miš
chuột máy tính

mapa
thư mục

tastatura
bàn phím

košara za papir
thùng rác giấy

stolica
ghế

kompjuter
máy tính

šalica za kavu

cốc cà phê

kalkulator

máy tính bỏ túi

internet

internet

laptop

laptop

pismo

thư

poruka

tin nhắn

mobilni telefon

điện thoại di động

mreža

mạng

uređaj za kopiranje

máy photocopy

softver

phần mềm

telefon

điện thoại

utičnica

ổ cắm điện

faks

máy fax

formular

mẫu đơn

dokument

chứng từ

kupovati
mua

platiti
trả tiền

trgovati
buôn bán

novac
tiền

dolar
đô la

evro
Euro

jen
yên

rublja
rúp

švajcarski franak
franc Thụy Sĩ

renmindbi juan
nhân dân tệ

rupija
rupi

automat za novac
máy rút tiền tự động

menjačnica

quầy đổi tiền

zlato

vàng

srebro

bạc

nafta

dầu

energija

năng lượng

cena

giá tiền

ugovor

hợp đồng

porez

thuế

deonica

cổ phiếu

raditi

làm việc

službenik

nhân viên

poslodavac

chủ lao động

fabrika

nhà máy

prodavnica

cửa hiệu

policajac
nhân viên cảnh sát

vatrogasac
lính cứu hỏa

kuvar
đầu bếp

lekar
bác sĩ

pilot
phi công

vrtlar

người làm vườn

stolar

thợ mộc

krojačica

thợ may

sudija

chánh án

hemičar

nhà hóa học

glumac

diễn viên

vozač autobusa

tài xế xe buýt

vozač taksija

người lái taxi

ribar

ngư dân

čistačica

người lau dọn vệ sinh

krovopokrivač

thợ lợp mái nhà

konobar

bồi bàn

lovac

thợ săn

slikar

họa sĩ

pekar

thợ làm bánh

električar

thợ điện

građevinski radnik

thợ xây dựng

inženjer

kỹ sư

mesar

người hàng thịt

limar

thợ sửa ống nước

poštar

người đưa thư

vojnik
người lính

arhitekta
kiến trúc sư

blagajnik
nhân viên thu ngân

cvećar
người bán hoa

frizer
thợ cắt tóc

kondukter
nhân viên soát vé

mehaničar
thợ cơ khí

kapetan
thuyền trưởng

zubar
nha sĩ

naučnik
nhà khoa học

rabi
giáo sĩ Do thái

imam
lãnh tụ Hồi giáo

monah
nhà sư

svećenik
mục sư

čekić
cây búa

klešta
kìm

odvijač
tua vít

ključ za zavrtnje
cờ lê

džepna lampa
đèn pin

bager

máy xúc đất

kutija za alat

hộp dụng cụ

merdevine

cái thang

pila

cưa

ekser

đinh

bušilica

máy khoan

popraviti

sửa chữa

lopata

cái xẻng

do đavola!

khốn nạn!

lopatica

cái hót rác

lonac za boju

thùng sơn

zavrtanji

vít

muzički instrument
nhạc cụ

zvučnik
loa

bubnjevi
bộ trống

gitara
đàn ghi ta

kontrabas
đàn công tra bát

truba
kèn trompet

klavir

đàn piano

violina

đàn vĩ cầm

bas

ghi ta bass

timpani

trống định âm

udaraljke za bubnjeve

trống

tipke klavira

đàn organ

saksofon

kèn Saxophone

flauta

sáo

mikrofon

micro

muzički instrument - nhạc cụ

tigar
con cọp

ulaz
lối vào

kavez
lồng

zebra
ngựa vằn

hrana za životinje
thức ăn gia súc

panda
gấu trúc

životinje

động vật

slon

con voi

kengur

chuột túi

nosorog

tê giác

gorila

khỉ đột

medved

con gấu

kamila

lạc đà

noj

đà điểu

lav

sư tử

majmun

con khỉ

flamingo

hồng hạc

papagaj

con vẹt

polarni medved

gấu bắc cực

pingvin

chim cánh cụt

ajkula

cá mập

paun

con công

zmija

con rắn

krokodil

cá sấu

čuvar u zoološkom vrtu

người trông giữ vườn bách thú

tuljan

hải cẩu

jaguar

báo đốm

poni

ngựa lùn

leopard

con báo

nilski konj

hà mã

žirafa

hươu cao cổ

orao

đại bàng

divlja svinja

heo rừng

riba

cá

kornjača

con rùa

morž

hải mã

lisica

con cáo

gazela

linh dương

americki nogomet
bóng bầu dục Mỹ

biciklizam
đua xe đạp

tenis
quần vợt

košarka
bóng rổ

plivanje
bơi

hokej na ledu
khúc côn cầu trên băng

boks
đấm bốc

fudbal
bóng đá

badminton
cầu lông

atletika
điền kinh

rukomet
bóng ném

skijanje
trượt tuyết

polo
polo

skočiti
nhảy

zagrliti
ôm

smejati se
cười

ići
đi bộ

pevati
ca hát

sanjati
mơ

moliti se
cầu nguyện

poljubiti
hôn

pisati

viết

crtati

vẽ

pokazati

chỉ trỏ

gurati

đẩy

dati

cho

uzeti

lấy đi

imati

có

činiti

làm

biti

thì / là

stojati

đứng

trčati

chạy

povlačiti

kéo

baciti

ném

padati

rơi

ležati

nằm

čekati

chờ đợi

nositi

mang vác

sediti

ngồi

oblačiti

mặc quần áo

spavati

ngủ

probuditi se

thức dậy

gledati

xem

plakati

khóc

milovati

vuốt ve

češljati

chải

govoriti

nói chuyện

razumeti

hiểu

pitati

câu hỏi

slušati

nghe

piti

uống

jesti

ăn

pospremiti

dọn dẹp

voleti

yêu

kuhati

nấu nướng

voziti

lái xe

leteti

bay

ploviti

đi thuyền buồm

računati

tính toán

čitati

đọc

učiti

học

raditi

làm việc

venčati se

cưới

šiti

khâu vá

prati zube

đánh răng

ubiti

giết

pušiti

hút thuốc

poslati

gửi đi

baka
bà nội (ngoại)

deda
ông nội (ngoại)

otac
cha

majka
mẹ

beba
trẻ con

kćerka
con gái

sin
con trai

gost

khách

tetka

cô (dì)

ujak, stric

chú, bác (cậu)

brat

anh (em) trai

sestra

chị (em) gái

čelo
trán

oko
mắt

rame
vai

prst
ngón tay

lice
mặt

brada
cằm

ruka
bàn tay

grudi
ngực

noga
chân

ruka
cánh tay

beba

trẻ con

muškarac

đàn ông

žena

phụ nữ

devojčica

bé gái

dečak

bé trai

glava

đầu

leđa
lưng

stomak
bụng

pupak
rốn

nožni prst
ngón chân

peta
gót chân

kost
xương

kukovi
hông

koleno
đầu gối

lakat
khuỷu tay

nos
mũi

zadnjica
mông

koža
da

obraz
má

uvo
tai

usna
môi

telo - cơ thể

usta

miệng

zub

răng

jezik

lưỡi

mozak

não

srce

tim

mišić

cơ bắp

pluća

phổi

jetra

gan

želudac

dạ dày

bubrezi

thận

polni odnos

giao hợp

kondom

bao cao su

jajna ćelija

noãn

sperma

tinh dịch

trudnoća

mang thai

menstruacija

kinh nguyệt

vagina

âm vật

penis

dương vật

obrva

lông mày

kosa

tóc

vrat

cổ

bolnica
bệnh viện

bolničko vozilo
xe cứu thương

invalidska kolica
xe lăn

lom
gãy xương

lekar

bác sĩ

hitna medicinska služba

phòng cấp cứu

medicinska sestra

y tá

hitni slučaj

cấp cứu

nesvest

bất tỉnh

bol

cơn đau

povreda

bị thương

krvarenje

chảy máu

srčani udar

nhồi máu cơ tim

udar

đột quỵ

alergija

dị ứng

kašalj

ho

groznica

sốt

gripa

cúm

proliv

tiêu chảy

glavobolja

đau đầu

rak

ung thư

dijabetes

bệnh tiểu đường

hirurg

bác sĩ phẫu thuật

skalpel

dao mổ

operacija

giải phẫu

ct

chụp cắt lớp

rentgen

chụp x-quang

ultrazvuk

siêu âm

maska

mặt nạ

bolest

bệnh

čekaona

phòng đợi

štaka

cái nạng

flaster

băng dán vết thương

zavoj

băng bó

injekcija

tiêm thuốc

stetoskop

ống nghe khám bệnh

nosila

băng ca

termometar

nhiệt kế

rođenje

sinh đẻ

prekomerna težina

thừa cân

slušni aparat

máy trợ thính

sredstvo za dezinfekciju

chất khử trùng

infekcija

nhiễm trùng

virus

vi rút

HIV / AIDS

HIV / AIDS

medicina

thuốc

vakcinacija

tiêm chủng

tablete

thuốc viên

pilula

viên thuốc

hitni poziv

gọi cấp cứu

uređaj za merenje pritiska

máy đo huyết áp

bolesno / zdravo

bệnh / khỏe mạnh

pomoć!

cứu!

alarm

báo động

nasrtaj

cuộc đột kích

napad

sự tấn công

opasnost

mối nguy hiểm

izlaz u slučaju nužde

lối thoát hiểm

požar!

cháy!

protivpožarni aparat

bình chữa cháy

nezgoda

tai nạn

kutija prve pomoći

bộ dụng cụ sơ cứu

sos

SOS

policija

cảnh sát

Evropa

châu Âu

Severna Amerika

Bắc Mỹ

Južna Amerika

Nam Mỹ

Afrika

châu Phi

Azija

châu Á

Australija

châu Úc

Atlantik

Đại Tây Dương

Pacifik

Thái Bình Dương

Indijski okean

Ấn Độ Dương

Antarktički okean

Nam Cực Dương

Arktički ocean

Bắc Băng Dương

Severni pol

bắc cực

Južni pol
nam cực

Antarktik
nam cực

zemlja
trái đất

zemlja
đất liền

more
biển

otok
đảo

nacija
quốc gia

država
nhà nước

brojčanik sata

mặt đồng hồ

satna kazaljka

kim chỉ giờ

minutna kazaljka

kim chỉ phút

sekundna kazaljka

kim chỉ giây

Koliko je sati?

Bây giờ là mấy giờ?

dan

ngày

vreme

thời gian

sada

bây giờ

digitalni sat

đồng hồ điện tử

minuta

phút

čas

giờ

sedmica
tuần lễ

ponedeljak
thứ Hai
MO

W sreda
thứ Tư

petak
thứ Sáu
FR

TU

TH

SA

subota
thứ Bảy

utorak
thứ Ba

SO

četvrtak
thứ Năm

nedelja
Chủ Nhật

TUE **MON**
2 **1**
juče
hôm qua

TUE
2
danas
hôm nay

TUE
3
sutra
ngày mai

jutro
buổi sáng

podne
buổi trưa

veče
buổi tối

MO	TU	WE	TH	FR	SA	SU
1	2	3	4	5	6	7
8	9	10	11	12	13	14
15	16	17	18	19	20	21
22	23	24	25	26	27	28
29	30	31	1	2	3	4

radni dani
ngày làm việc

MO	TU	WE	TH	FR	SA	SU
1	2	3	4	5	6	7
8	9	10	11	12	13	14
15	16	17	18	19	20	21
22	23	24	25	26	27	28
29	30	31	1	2	3	4

vikend
cuối tuần

kiša
mưa

duga
cầu vồng

vetar
gió

sneg
tuyết

proleće
mùa xuân

jesen
mùa thu

leto
mùa hè

zima
mùa đông

4.APRIL	11°	☀
5.APRIL	4°	☁
6.APRIL	13°	☁
7.APRIL	8°	☀
8.APRIL	10°	☀

meteorološka prognoza

dự báo thời tiết

termometar

nhiệt kế

sunčana svetlost

ánh nắng

oblak

mây

magla

sương mù

vlažnost vazduha

độ ẩm không khí

munja

tia chớp

grmljavina

sấm sét

oluja

cơn bão

tuča

mưa đá

monsun

gió mùa

poplava

lũ lụt

led

nước đá

januar

tháng Một

februar

tháng Hai

mart

tháng Ba

april

tháng Tư

maj

tháng Năm

juni

tháng Sáu

juli

tháng Bảy

avgust

tháng Tám

septembar

tháng Chín

oktobar

tháng Mười

novembar

tháng Mười Một

decembar

tháng Mười Hai

oblici
hình dạng

krug

hình tròn

kvadrat

hình vuông

pravougao

hình chữ nhật

trougao

hình tam giác

kugla

hình cầu

kocka

khối vuông

bela

màu trắng

žuta

màu vàng

narandžasta

màu cam

ružičasta

màu hồng

crvena

màu đỏ

ljubičasta

màu tím

plava

màu xanh dương

zelena

màu xanh lá cây

smeđa

màu nâu

siva

màu xám

crna

màu đen

mnogo / malo

nhiều / ít

ljutito / mirno

tức tối / điềm tĩnh

lepo / ružno

xinh đẹp / xấu xí

početak / kraj

bắt đầu / kết thúc

veliko / maleno

to / nhỏ

svetlo / tamno

sáng / tối

brat / sestra

anh (em) trai / chị (em) gái

čisto / prljavo

sạch / bẩn

potpuno / nepotpuno

đủ / thiếu

dan / noć

ngày / đêm

mrtvo / živo

chết / sống

široko / usko

rộng / chật hẹp

jestivo / nejestivo

ăn được / không ăn được

zlo / dobro

ác / tử tế

uzbuđeno / dosadno

hào hứng / chán nản

debelo / mršavo

béo / gầy

na početku / na kraju

đầu tiên / cuối cùng

prijatelj / neprijatelj

bạn / thù

puno / prazno

đầy / rỗng

tvrdo / mekano

cứng / mềm

teško / lagano

nặng / nhẹ

glad / žeđ

đói / khát

bolesno / zdravo

bệnh / khỏe mạnh

ilegalno / legalno

bất hợp pháp / hợp pháp

pametno / glupo

thông minh / ngu

levo / desno

trái / phải

blizu / daleko

gần / xa

novo / polovno

mới / cũ

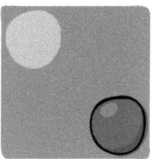

ništa / nešto

không có gì cả / có cái gì đó

staro / mlado

già / trẻ

uključeno / isključeno

bật / tắc

otvoreno / zatvoreno

mở / đóng

tiho / glasno

im lặng / ồn ào

bogato / siromašno

giàu / nghèo

tačno / pogrešno

đúng / sai

hrapavo / glatko

sần sùi / mịn màng

tužno / sretno

buồn / vui

kratko / dugo

ngắn / dài

polako / brzo

chậm / nhanh

mokro / suho

ẩm ướt / khô ráo

toplo / hladno

ấm áp / mát mẻ

rat / mir

chiến tranh / hòa bình

0

nula

số không

1

jedan

một

2

dva

hai

3

tri

ba

4

četiri

bốn

5

pet

năm

6

šest

sáu

7

sedam

bảy

8

osam

tám

9

devet

chín

10

deset

mười

11

jedanaest

mười một

12

dvanaest

mười hai

13

trinaest

mười ba

14

četrnaest

mười bốn

15

petnaest

mười lăm

16

šestnaest

mười sáu

17

sedamnaest

mười bảy

18

osamnaest

mười tám

19

devetnaest

mười chín

20

dvadeset

hai mươi

100

stotinu

một trăm

1.000

hiljadu

một ngàn

1.000.000

milion

một triệu

engleski

tiếng Anh

americki engleski

tiếng Anh Mỹ

mandarinski kineski

tiếng Quan Thoại

hindski

tiếng Hin-di

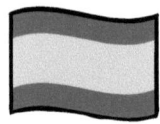

španski

tiếng Tây Ban Nha

francuski

tiếng Pháp

arapski

tiếng Ả-rập

ruski

tiếng Nga

portugalski

tiếng Bồ Đào Nha

bengalski

tiếng Bengal

nemački

tiếng Đức

japanski

tiếng Nhật

ja
....
tôi

ti
....
bạn

on / ona / ono
....
anh ta / cô ta / nó

mi
....
chúng tôi

vi
....
các bạn

oni
....
họ

Ko?
....
ai?

Šta?
....
cái gì?

Kako?
....
như thế nào?

Gde?
....
ở đâu?

Kada?
....
lúc nào?

ime
....
tên

iza

phía sau

u

ở trong

ispred

phía trước

preko

phía trên

na

ở trên

ispod

ở dưới

pored

bên cạnh

između

ở giữa

mesto

chỗ